Kung Ang Kahapon Ay Bukas

Ryan Kim Regoya

All global publishing rights are held by

Ukiyoto Publishing

Published in 2024

Content Copyright © Ryan Kim Regoya

ISBN 9789361722103

*All rights reserved.
No part of this publication may be reproduced,
transmitted, or stored in a retrieval system, in any form
by any means, electronic, mechanical, photocopying,
recording or otherwise, without the prior permission of
the publisher.*

The moral rights of the authors have been asserted.

*This is a work of fiction. Names, characters, businesses,
places, events, locales, and incidents are either the
products of the author's imagination or used in a fictitious
manner. Any resemblance to actual persons, living or
dead, or actual events is purely coincidental.*

*This book is sold subject to the condition that it shall not by
way of trade or otherwise, be lent, resold, hired out or
otherwise circulated, without the publisher's prior
consent, in any form of binding or cover other than that in
which it is published.*

www.ukiyoto.com

Dedication

First of all gusto kung magpasalamat sa ating mahal na panginoon sa talentong ibinigay at ipinagkaloob niya sa akin na magamit ko ito para buksan ang isipan ng mga kabataan at nagpapasalamat din ako sa Ukiyoto Publishing sa isang malaking oportunidad na binigay nila. Nagpapasalamat din ako sa aking pamilya at sa mga taong sumusuporta sa akin. Thankyou and Mag-ingat kayo palagi

Contents

LIFE	1
LOVE	16
TRUTH	26
HOPE	42
THE CONSEQUENCE	49
THE FINALE	53
About the Author	*58*

LIFE

2016

Gwen

Sa buhay kailangan mo talagang mag tiyaga, kailangan mo talagang matutunan kung ano ang tunay na kahulugan ng realidad mahirap pero kailangan ko itong gawin para sa pamilya ko. All around sa paglilinis si Gwen sa isang malaking bahay, paano ba naman kasi kailangan niyang magkapera para may makain sila ng pamilya niya.

"O, ito Gwen pasensya kana ha? yan lang ang kaya kong ibigay sayo " Inabot na ng babae ang pera kay Gwen na may halagang limang daang piso.

Naku po! Maam sobrang laking tulong na po ito sa amin" Panimula ni Gwen na may ngiti.

"Hayaan mo sa susunod, dodoblehin ko, alam mo napakaswerte ng nanay mo sayo, Gwen matanong ko lang wala kana ba talagang balak magtrabaho sa ibang bansa? May degree ka naman" Mahinang pagkakasabi ng Babae.

"Salamat po pero ayoko po kasing iwan si mama, at dito naghahanap pa po ako. – Gwen Alam mo sure ako may oportunidad ka dito, Music Teacher ka diba? so madali ka lang makapasok, masuwerte pa ang mga estudyante sayo." Malakas na boses ng babae.

Sige po, mauna na po ako -Gwen

"Sige Mag Ingat ka Gwen"

Dumaan muna ako sa Palengke para bumili ng aming hapunan.

Isda kayo diyan!!

Sariwang gulay nandito!!

Bumili ako ng isang pirasong milkfish at dalawang supot ng gulay.

Sa Bahay

Hindi pa nga nakapasok sa loob ng kanilang bahay si Gwen ay naririnig na niya ang malakas na boses ng kanyang kapatid na si Ashley na nakikipagtalunan sa kanilang ina na si Joyce.

" Nay ano ba, ayoko na ngang mag-aral- Ashley

Naiintindihan mo ba yang sinasabi mo? - Joyce " Palabas ng bahay si Ashley at sinundan ito ng ina. Nakita naman ni Luis si Gwen na may dalang mga supot ng gulay at isda. Agad itong lumapit at kinuha ang kanyang mga pinamili.

"Anak, pag-isipan mo muna ang desisyon mo - Joyce Huminto si Ashley at humarap sa ina.

"Matagal ko ng pinag isipan ang desisyon ko. Panimula ni Ashley. Bagsak ako sa 1st sem at 2nd sem, sa tingin mo ba makakapag proceed pa ako sa Second year?! Oo, sige sabihin na natin, makaka proceed pa ako pero paulit-ulit ko na mang babalikan ang lintik!! na 1st year na yan!! Umiyak nalang si Nanay Joyce pagkatapos magsalita ni Ashley, at Lumapit naman si Gwen.

Yan ba talaga ang dahilan mo? Kasi kung yan mahina ka" Panimula ni Gwen na may mahinang boses. Anong sabi mo? Pagkatapos magsalita ni Gwen ay lumapit sa kanya si Ashley.

Oo mahina ka - Gwen

Kung mahina ako, mas mahina ka, tandaan mo yan - Ashley Pagkatapos magsalita ni Ashley ay agad itong umalis. Lumapit naman si Nanay Joyce kay Gwen para yakapin ito.

Galit na naglalakad si Ashley.

"Ashley inom, ka muna dito, Gusto mo ba, pahirapan ka namin? Tanong ng mga lalaking nagiinuman.

" Pabili ng sigarilyo. Panimula ni Ashley.

"Naninigarilyo ka pala iha? Tanong sa kanya ng matandang babae.

Kaya nga bibili ako? Malakas na sagot ni Ashley.

Alam ba to ng magulang mo? Sunod na tanong sa kanya ng Tindera.

Alam mo, Tindera ka lang, kaya huwag kang makialam sa buhay ko and siguro hindi mo kailangan ng pera, sige sa iba nalang ako bibili bwesit!! Malakas na pagkakasabi ni Ashley pagkatapos ay umalis.

"Pilosopo tong batang to"

Gwen

Hindi pa rin ako makapaniwala sa inasal kanina ni Ashley, hindi ako makapaniwala na sasagutin niya si Nanay. Nasa labas ako at bumabalik parin sa aking isipan ang nangyari kanina.

"Anak… (Lumapit sa akin si Nanay.

Okay ka lang ba?

Nay, ako na ang humihingi ng pasensya - Gwen (Nakaharap ako kay Nanay na napatulo ang luha ko.

"Anak, okay lang, okay lang ako kahit ilang beses akong saktan, bastusin, sigawan ng kapatid mo okay lang" Mahinang boses ni Nanay.

Sana, hindi pa po kayo pagod sa amin na maging ina- Gwen

At sana hindi din kayo pagod sa akin na kilalanin ako bilang ina niyo. - Nanay Joyce

Hindi ko alam, pero bigla na namang tumulo ang luha ko, sinabayan pa ang mga luha ni mama, alam kung nasasaktan na siya alam kung tinitiis lang niya dahil mahal niya kami. Pagkatapos ay nagyakapan kami ni Mama.

KINABUKASAN

Mga ate!!, Ma!! Kakain na " Malakas na boses ni Dranoel, ang ikatlo sa magkakapatid kasama na si Macy na siya namang bunso sa amin. Nauna na akong lumabas mula sa kwarto ko.

Dranoel, umuwi ba kagabi ang ate Ashley mo? Panimula ko kay Dranoel na naghahanda ng pagkain. " Hindi po ate - Dranoel

Eh, sa'n naman nagpunta yun, aalis mo na si ate dito lang kayo basta pag gising ni nanay pakisabi na lang sa kanya na may pinuntahan ako." Mahina kung boses na papalabas ng pinto.

Sige ate Mag Ingat ka - Dranoel

Sa isang mayaman at kilalang pamilya na nag poproblema sa isang miyembro ng kanilang pamilya, mababa ang grado at bagsak sa subject ng **Music** and **Arts.**

Nakaupo si Cleo habang iniexplain sa Mama niya kung bakit siya bagsak. Si Cleo ay bunsong kapatid ni Jhon. Si John ay 28 years old, gwapo, matipuno, maputi, matangkad at mabait.

" Hindi ko lang kasi maintindihan yung lesson kaya hindi ako nakakuha ng mataas na puntos" - Cleo

"Kahit na! pag matalino ka matalino ka! Pero pag bobo ka, bobo ka! Sigaw ni Senyora Benantura. " Yung exams mo, yung music and arts mo 20 out of 60?! Are you insane?!! Malakas na sigaw ni Senyora Benantura na nagsimula naman ang pagtulo ng luha ni Cleo.

"Ma, tama na Panimula ni Jhon. May ibang araw pa naman para makabawi si cleo, sige na pumasok kana sa kwarto." Pagkatapos magsalita ni Jhon ay agad na umalis si Cleo.

"Nagsimula ang pamilya na to dahil sa papa mo, isang magaling na mang - aawit at manunulat, at nakilala ang pamilya nato dahil sa **musika** at **sining** at ayokong masira lang ng dahil sa isang pagkakamali, tulungan mo ang kapatid mo, ayusin mo siya, dahil ayokong mapahiya ang pamilya nato." Pagkatapos masabi ni Senyora Benantura ay agad naman itong umalis.

Kilala kasi ang pamilya ni Jhon na magaling sa musika at ang yumaong ama niya ang nagtaguyod ng pangalan ng kanilang pamilya kaya isang malaking pagkakamali at kasalanan sa pamilya Benentura ang salitang **Bobo**

Gwen

Umuwi nalang ako sa bahay, dahil naguguluhan na ang isip ko kung saan ko makikita si Ashley, pero buti nalang at umuwi na siya. Naghuhugas ako ng pinggan at kumakain naman siya.

"Sorry sa nasabi ko kanina" Panimula ko. Alam ko galit ka pa rin sa akin, dahil dun pero gusto kung sabihin sayo na ayokong magsinungaling at oo, inaamin ko na mahina ako"

" Tatanggapin ko ang sorry mo kung tatanggapin mo din ang desisyon ko na huminto sa pag-aaral." Panimula sa akin ni Ashley na may mahinang boses.

" Kung hihinto kalang dahil sa walang kwentang dahilan hindi ko matatanggap, mag- aaral ka at makakapagtapos ka (Nagpatuloy pa rin ako sa aking ginagawa)

"Bahala ka - Ashley Pagkatapos masabi ay mabilis na napatayo si Ashley at Umalis palabas ng bahay.

Sa kwarto ni Cleo na kung saan nakahiga pa rin siya at iniisip ang nangyari, biglang pumasok si Jhon na may dalang mga libro.

" leo.. Panimula ni Jhon, ito may regalo ako sayo. Napatayo si Cleo mula sa pagkakahiga at lumingon ng diretso kay John.

Libro? - Cleo

Oo, at ito ang magiging kaibigan mo para mapatawad ka na ni Mama. - Jhon

"Kuya nahihirapan na nga ako sa studies ko tapos dumagdag kapa - Cleo

Huwag kang mag- alala dahil ikukuha naman kita ng tutor para tulungan ka at gabayan ka, hayaan mo bukas maghanda kana - John Mahinang boses ni Jhon na may kasamang nigiti.

" Thanks kuya. Napangiti naman si Cleo at niyakap ng mahigpit si Jhon.

DRANOEL

"Ate pwede mo ba akong pakingan, may sinulat kasi akong tula at hindi ko alam kung tama ba to o mali.

Ikatlo ako sa magkakapatid na may simpleng pangarap, ang maging isang mahusay na makata, kaya nagpupursiging mag-aral at matuto pa ng tamang pagsulat ng mga kwento, tula at sanaysay.

" Sige nga, iparinig mo nga sa akin - Gwen.

Pamilya

" Pitong mga litra, pero maraming kahulugan sa buhay ko, sa buhay niyo, at sa ating lahat. Bunga ng pundasyon, pagmamahal at pagsasamahan, ikaw, ako, tayo, ay nagtutulungan walang sikreto, walang tinatago magpakailanman. "

Lumabas mula sa kanyang kwarto si Joyce hawak ang isang litrato nang babae, Natulala si Joyce na para bang kinikilabutan siya, napansin naman siya ni Gwen at agad niya itong nilapitan.

"Ma, okay ka lang? - Gwen

"Ah… Oo, okay lang ako - Joyce

"Ma, sino po siya? - Gwen

"Ito, ahh wala, kapatid ko matagal ng patay. - Joyce

" Maganda po siya - Gwen

" Ah, sige anak bibili muna ako ng gulay para may makain tayo" - Joyce

"Nay, sama ako - Macy.

Okay, sige…. Anak mauna na kami - Joyce

"Mag-ingat po kayo Nay - Gwen.

7:54 PM

Nasa labas si Ashley at umiinom nang beer sabay paninigarilyo, lumapit naman si Gwen at kumuha din ng bote nang beer.

"Hindi ko alam na umiinom ka pala - Ashley

" Sasabayan ka - Gwen

" Kahit ano pang gawin mo hihinto na ako sa pag-aaral at tsaka pwede ba ate pabayaan mo na ako - Ashley. Hinablot ni Gwen ang sigarilyo ni Ashley at sinaktan ang kamay pagkatapos ay tinapon niya ito.

"Anong ginawa mo? - Ashley

"Alam mo ba, kung ano ang pinakama swerte sa sinabi mo? - Gwen

" Pwede ba ate! - Ashley

" Yung may karapatan kang pumunta ng eskwelahan, isipin mo nga hindi lahat ng kagaya natin ay malayang nakakapunta ng eskwelahan, para matutong magbasa, magsulat at umunawa. Kaya isipin mo masuwerte ka dahil may nagtutulak sayo para mag- aral ka **ang iba** ay **nakararanas** ng **pang-aabuso**, **pagmamalupit** at higit sa lahat **uhaw sa kaalaman". -** Gwen Mahinang boses ni Gwen pagkatapos niyang sabihin kay Ashley ay agad naman itong umalis.

KINABUKASAN

Inihatid ni Gwen ang kanyang bunsong kapatid na si Dranoel patungo sa eskwelahan at nag-aabang nang masasakyan.

Paalis na sana si Jhon gamit ang kanyang kotse mula sa kanyang trabaho ng maubusan ito ng gasolina kaya bumaba na lang siya at naghihintay ng Jeep.

Nakasakay na nang Jeep sina Gwen at Dranoel at mula sa sinasakyan ay kasama din si John.

" Ate, okay lang ba yung tula na ginawa ko kahapon? - Dranoel

"Oo, naman alam mo basta gusto mo ang isang bagay dapat proud na proud ka nito" - Gwen.

"Thank You ate, ate may itatanong lang po ako kasi yung mga ibang kaklase ko nahihirapan din sa tanong natu " – Dranoel

" Ano yun- Gwen

" Ano pong pinagkaiba ng **Pandanggo** at **Polka** - Dranoel

" *Hm,.. Ang **Pandanggo** isang uri ng sayaw na makikita sa iba't ibang uri ng isla ng luzon, kasama na dito ang **Batanes, Ilocos, Tarlac,** parte ng Visayas. Ang **Pandanggo** ay isang variation ng isang spanish word na **Fandango** at naging popular ito noong 19th Century among the elite of Manila at adapted among local communities. Alam mo ba Dranoel na ang Pandanggo ay sayaw ng panliligaw, pero isa din itong uri ng sayaw na nakapagbibigay aliw sa ating mga **Farmers** in the rice fields.*

*Ang **Polka** naman ay originated from a Bohemian dance that became popular in Europe and America in the early 19th Century. In the **Philippines** in elegant gathering at the height of its popularity during the **Spanish** period. "*

" Wow!! ate, ang dami kung natutunan sayo" - Dranoel
Pangiting pagkakasabi ni Dranoel.

Nakita at narinig naman ni Jhon ang usapan ng magkapatid kaya kinunan niya ng litrato si Gwen ng patago.

Nang bumaba na sina Dranoel at Gwen ay agad namang sumunod si John.

" Basta Dranoel tandaan mo lang yung mga sinabi sayo ni ate para makasagot ka - Gwen

"Opo ate - Dranoel

"Ahh.. Excuse me (Lumapit si John sa dalawa)

"Ate mauna na ako - Dranoel (Pagkatapos masabi ay agad na umalis si Dranoel.

"Yes? Panimula ni Gwen kay John

Ah…, Hi ako nga pala si John (Nag- abot ng kamay) Hindi agad nag-abot ng kamay si Gwen dahil sa pagkabigla.

"Kilala ba kita? - Gwen

" Pasensya kana, ahh.. naghahanap kasi ako ng tutor alam mo narinig ko kasi yung tinuro mo sa kapatid mo, ang galing mo" - Jhon

"Ah… Okay teyka? Tapos? - Gwen

" Gusto mo bang mag- apply bilang tutor? - John

"Ha? - Gwen

(Nagulat si Gwen pagkatapos magsalita ni Jhon at agad namang inabot ni Jhon ang number niya kay Gwen.

" Ito, tawagan mo ako kapag nakadecide kana - Jhon
Pagkatapos maibigay ni Jhon ang kanyang number ay agad naman itong umalis

----

Nakasuot nang uniporme si Ashley at napansin ito ni Joyce.

" Alis na ako - Ashley

" Anak, mabuti naman at nagbago isip mo - Joyce

" Ate ang ganda mo - Macy

"Sige na alis na ako - Ashley

Pagkatapos magsalita ay agad na umalis.

"Mag- ingat ka anak - Joyce

Sa di kalayuan ay may isang **lalaking nag-mamanman** kay Joyce. Napansin niya ito na may kausap sa **telepono** agad namang **pumasok** si Joyce sa loob kasama si **Macy** at **isinara** ang **pinto**.

" Ma'am kompermado, siya po ang nasa litrato"

" Mabuti naman, sige na umalis kana diyan at baka may makakita pa sayo"

Sino kaya ang kausap ng lalaki?

May **koneksyon** ba sila ni **Joyce**?
At ano ang **sikretong** babalot sa takbo ng istorya.

Chapter End.

LOVE

GWEN

Sinalubong agad ako ni Macy, kasama si Nanay pag-uwi ko sa bahay at nakita ko sa kanyang mga mata ang isang ngiti na bago palang nakita ng aking dalawang mata.

" Ma, si Ashley po? - Gwen

" Alam mo anak, masayang- masaya ako para sa kapatid mo - John

"Nakakatuwa naman po at pinakinggan niya ang sinabi ko sa kanya kagabie" - Gwen

Akala nila ay pumasok na talaga si Ashley pero hindi pala, nag apply ito ng trabaho sa isang bar. Kasama ang kaibigan niyang si Meghanne. Naglalakad silang dalawa sa maruming eskinita.

"Alam mo naguguluhan ako, ba't naisipan mong maghanap ng trabaho eh, may trabaho naman ang ate mo? - Meghanne

" Trabaho niya yun, at tsaka magkaiba kami, alam mo kailangan ko ang trabahong to, gusto ko ng umalis i guess maglayas, gusto kung **hanapin** si **Papa** - Ashley

" Eh, hindi mo naman trabaho yun hello? -Meghanne

"Ah, basta nakuha na ako at papanindigan ko to - Ashley

" Ipapaalam mo ba sa ate? - Meghanne

" Hindi, at walang dapat makaalam nito kung hindi ikaw lang meghanne - Ashley

" Okay, sige Madam, pero pwede ba kumain muna tayo pwede? nagugutom na ako at sasabog na ton'g tiyan ko -Meghanne

---

Sa bahay nina John, habang pinapatinggin ni John sa kay Senyora Benantura ang video at picture ni Gwen na kinunan niya sa Jeep.

" I think she's the perfect one, grabe Mom yung voice niya, intonation and also kung paano siya nagpapaliwanag, **Marunong** siya" - Jhon

" But sometimes, nagiging marunong lang ang isang tao dahil sa mga bagay na **pumupuri** sa kanya, pero sige susubukan ko siyang kilalanin para sa kapatid mo." - Senyora Benantura Pagkatapos masabi ay uminom saglit ng wine at umalis.

Sa isang malaking **Mansiyon** nakatira ang Mayamang **Babae** na si Madam Victoria.

" May nakakita ba sayo kanina? - Madam Victoria

"Wala po Ma'am, pero kompermado po na yung babae kanina at itong nasa picture ay iisa" Kumuha muna siya ng wine bago magsalita.

" Kay tagal na panahon kung hinintay, at ito na makakasama ko na sil, sige na makakaalis ka na" Pero bago umalis ang lalaki ay may inabot muna siyang isang supot na may lamang maraming pera.

" Dinagdagan ko na yan, alam mo naman ako pag maganda ang trabaho mo, maganda din ang kapalit nito" - Madam Victoria

" Salamat Ma'am. Napangiti ang lalaki sa saya.

GWEN

Nagluto na ako ng hapunan at timing din ang pagdating ni Ashley. Nakaupo silang tatlo para sa paghahanda ng **hapunan.**

"Kumusta? Panimula ko kay Ashey

" Okay lang ate, ah.. Mag ccr muna ako - Ashley

Tumayo si Ashley at umalis mula sa kinauupuan.

" Masaya ako para sa kapatid mo- Joyce

" Ako din ma at sana tuloy- tuloy na yang pagbabago niya" - Gwen Hindi nila alam na nakikinig pala si Ashley sa kanina

" Patawarin niyo akong dalawa, dahil sa inaakala niyo nagbago na ang desisyon ko, nagkakamali kayo, mahal kita **Ma** pero mas mahal ko si **Papa"** at gagawin ko ang lahat para hanapin siya.

6:59 PM

Nasa labas si Gwen at nag-iisip pa rin kung tatanggapin ba niya ang alok na trabaho sa kanya ni Jhon. Napansin siya ni Joyce kaya lumapit na rin ito para kausapin siya.

" Anak okay ka lang ba? - Joyce

"Opo - Gwen

" Anak, hindi ko kayo tinuruan ng kapatid mo na magsinungaling"- Joyce

" Ma, may nag-aalok kasi saking trabah, bilang tutor- Gwen

" O, eh di mas magandang oportunidad yan, babalik kana sa pagiging tutor mo - Joyce

" Eh, ayoko ng maranasan yung naranasan ko dati ma" - Gwen

Naging Tutor dati si Gwen pero dahil sa isang pagkakamali lang itinigil niya ito.

" Alam mo wala kang kwentang tutor ng anak ko, puro bagsak, **Jusmiyo**… **Mukhang pera**!!

" Pasensya na po Ma'am - Gwen

"Huwag ka ng babalik dito **Gago** ka!!

Okay back to present:

" Anak ang dating pagkakamali ay hindi kailanman magiging mali, kung alam mo sa sarili mo na magaling ka, gamitin mo, ipakita mo ito sa tama para makaimpluwensiya ka sa iba, dahil ang pagiging magaling ay hindi lang labanan ng isip, kundi labanan din ito ng sipag at tiyaga" -Joyce

"Salamat po Nay - Gwen

KINABUKASAN

Hindi agad ako nagdalawang - isip at tinawagan ko agad ang lalaki, pero bago yan nag ayos muna ako para naman disente ang aking sarili. Inihatid ako ni John sa bahay nila, at sa labas palang ay tumambad na sa akin ang malaking bahay na parang **mansiyon.** May mga magagandang halaman na mamahalin talaga. Patingintingin lang ako sa paligid habang papalapit sa pintuan nila, at nakita ko ang isang babaeng nakasuot ng mahabang damit, mamahalin.

"Ah, hello po magandang umaga po - Gwen

(At nagulat ako sa naging tugon niya.

" Stop being so nice iha, and show it to us your true color?! - Senyorita Benantura

" Ah.. - Gwen

"Ma - John

"Joke!!!, mabuti naman iha at nakapagdesesyon ka kaagad na tanggapin ang alok ng aking anak" - Senyorita Benantura

Pero may isang tanong lang muna ako bago ka magsimula"

" Okay po - Gwen

"Anong natapos mo? Anong inaral mo? May diploma ka ba? Are you Master's Degree? PhD? " Senyorita Benantura

" I am a Secondary Education Major in **Mapeh, at Let Passer din po**" Gwen

" Okay, Mapeh, what an interesting, okay so tell me about the **folksongs** in lowland of **luzon**" Senyorita Benantura.

" Ma.. - John (Kinakabahan na si John)

"Folksongs in lowlands of luzon Ma'am have **spanish and other European** influences. The Melodic chants and **Indigenous People** instrument are created based on the materials available where they **lived.** The concepts are based on the livelihood of the community like farming and fishery Ma'am" Gwen

" I'm not satisfied, okay so magbigay ka ng isang crafts na makikita at tradisyon ng **Cordillera Administrative Region** or **CAR** " Senyorita Benantura

" In Ilocos Ma'am meron po tayong **inabel which is** a hand weaving technique of the ilocanos that is produced using traditional wooden looms. So may iba't - ibang kahulugan kagaya ng Dizzying " Binakol weave it represent the waves of the sea at Naniniwala sila na yung disenyo daw yun ang mag poprotekta sa kanila laban sa masamang espiritu. " Gwen

Other Fact: *The Inabel designs are inspired by natural elements patterns that depict different landforms, the colors of flower and negetation, plaid **zigzags animal patterns**, the ocean waves or the glittering night sky.*

Pagkatapos kung masagot ang mga tanong ni Senyorita Benantura ay bigla agad siyang pumalakpak ng tatlong beses

" Magaling ka at mapapabilib mo pa ako kung mapapatino mo ang anak ko, Cleo!!

" Yes - Cleo

" By the way ano nga pala ulit yung pangalan mo? Senyorita Benantura

"Gwen po"

" Ako nga pala si Leonora Benantura at si Cleo ang tuturuan mo" Senyorita Benantura

" Hello po Ma'am Gwen - Cleo

" Gwen si John nalang ang magsasabi sayo kung kelan ka magsisimula, at again ang galing mo" Senyorita Benantura

" Salamat po "

" Kung may kailangan ka, sabihin mo lang ibibigay ko ngayon din" Senyorita Benantura

"Wala po "

" Okay, I'll see you again soon" Senyorita Benantura. Pagkatapos magsalita ay umalis na agad.

Sa kwarto ni Gwen na kung saan tinitignan ni Joyce ang litrato nang isang babae

" Sana hindi kana babalik, maayos na kami ng mga anak mo, tahimik na kami.. (Malakas na boses ni Joyce na kinakausap ang litrato. Narinig naman ito ni Ashley at pumasok kaagad.

" Sinong hindi dapat bumalik? - Ashley

Napatayo ng mabilis si Joyce at **pinunasan** ang mga **luha** niya. " Anong sabi niyo po? Mahinang boses ni Ashley.

" Anak, ang ibig kung sabihin, sana bumalik na ang papa mo, para magkasama na ulit tayo, kumpleto tayo" Joyce

"Sana nga, sana - Ashley Pagkatapos magsalita ni Ashley ay agad naman itong umalis, mabilis namang tinago ni Joyce ang litrato sa isang kabinet.

GWEN

Inihatid ako ni John sa labas

"Thank you Gwen - John

" Para saan sir? - Gwen

" Sa pag intindi mo sa mama ko - John

" Okay lang, at tsaka sanay na ako - Gwen

" Gusto lang kasi ni Mama na proGwen

ahan at hindi mapahiya ang pangalan namin sa kahit anong bagay" John

" Naiintindihan ko po sir - Gwen

Pagkatapos kung magsalita ay mabilis agad akong niyakap ni John.

" Napabilib mo ako" - John

Hindi ko alam kung matutuwa ba ako o mahihiya sa ginawa niya but ang awkward. Napansin siguro niya na hindi ako gaanong nakayakap sa kanya kaya tumigil na rin siya

" Ah, sige po mauna na po ako - Gwen

" Ihahatid na kita - John

"Okay na po, huwag na po sir at salamat po - Gwen
Chapter End...

TRUTH

Nakaupo na may hawak na litrato ng dalawang bata si Madam Victoria.

" Malapit ko na kayong makasama, kunteng panahon na lang at babalik na kayo sa akin, kukunin ko na kayo sa mga taong walang ibang ginawa kundi ikutin ang mundo niyo sa kasinungalingan konting panahon na lang Gwen at Ashley "

Sa isang **bar** na kung saan nagtatrabaho si Ashley, habang naglilinis ng mga mesa at upuan ay lumapit ang boss ni Ashley.

" Ashley, pagkatapos mo diyan, may gustong kumausap sayo "

" Boss, alam niyo naman po na ayokong binabastos ako" Ashley

" 30k Offer niya? Ayaw mo? "

Nagiisip mo na si Ashley kung tatanggapin ba niya.

GWEN

Malapit na ako sa kinaroroonan ng bahay namin ng makita ko si Mama sa labas.

" Ma.. - Gwen

" Anak nagkita ba kayo ng kapatid mo? -Joyce

"Hindi po - Gwen

"San nagpunta yun, gabi na pero wala parin siya - Joyce

" Ma, ako nalang po ang mahihintay sa kanya dito, sige na po pumasok na po kayo" Gwen.

7/11

Nakaupo na may hawak na bote ng beer at sigarilyo sina Meghanne at Ashley.

" Ang bongga mo talaga!! - Meghanne

" 30k nagawa lang ni Ashley sa isang gabi - Ashley

" Cheers tayo diyan!! - Meghanne

" Alam mo, maswerte talaga ako - Ashley

" True!! So, pano magtatrabaho ka pa ba? -Meghanne

" Hindi na sapat na siguro to para mahanap ko si Papa, at ayoko na dun, baka magkita kamo ulit ng matandang yun HAHAHA " Ashley

" Okay sige mag enjoy nalang tayo ngayon so cheers again!!! -Meghanne

Nakaupo si Joyce hawak ang litrato ng isang babae. At doon nag flashback sa kanya ang nangyari noon.

1990

JOYCE

Meron akong matalik na kaibigan, ang pangalan niya Victoria, Si Victoria sa aming dalawa siya ang pinakamaganda, maputi at matalino, halos lahat ng mga kaklase ko bilib at napapamahal sa kanya. Naging magkaibigan kami ni Victoria dahil sa pagiging prangka at tapang ko kaya yun, nagustuhan namin ang isa't isa bilang matalik na magkaibigan

*Bast*a Joyce walang secret sa atin ha? " Victoria

" Oo naman wala " Sabay ngiti ni Joyce.

Naging takbuhan ako ni Victoria sa lahat ng problema niya, kakampi ang tawag namin sa isa't isa. Kaya simula nung nagka-anak si Victoria sa akin niya ipinagkatiwala ang dalawa niyang anak *dahil nakasisiguro siya na iingatan ko ito laban sa asawa niyang bugbog-sarado siya. Kaya nagtrabaho siya bilang Domestic Helper sa bansang Kuwait.* Akala ko babalik pa siya ni tawag ko at text hindi niya sinasagot kaya napagdesesyonan kung angkinin ang mga anak niya, at kilalanin ako bilang kanilang **ina at** hindi si **Victoria.**

Present:

"Sana hindi kana bumalik masaya na kami ng mga anak mo at huwag mo na kaming guluhin pa"

Isang oras din akong naghintay kay Ashley sa labas gusto ko na sanang pumasok pero napatigil ako ng marinig ko ang boses niya.

Lumapit ako kay Ashley.

" Bakit ngayon ka lang? - Gwen

" Ate alam mo ba ang saya-saya ko kanina - Ashley. Kasama ni Ashley ang kaibigan niyang si Meghanne.

" San ba kayo pumunta? Meghanne? - Gwen

" Uminom lang po - Gwen

"Huwag ka na ngang mag explain - Ashley

(Pagkatapos magsalita ni Ashley ay sinampal ko agad siya ng malakas) Bumagsak naman siya at nahimatay. Nagulat naman si Meghanne sa ginawa ko.

" Sa susunod na gagawin niyo pa ito, Pati ikaw sasampalin ko" - Gwen Panimula ni Gwen kay Meghanne.

"Mauna na po ako" Halatang natatakot.

KINABUKASAN

Nagpalit ng mamahaling damit si Madam Victoria. Kasama niya ang kanyang mga Katulong (**Maid**)

" Ma'am san po ba kayo pupunta at napaaga po ang pag aayos niyo? Tanong nang isang kasambahay.

" Oo, nga po diba mamaya pa po ang trabaho niyo?

" May denidate na po ba kayo?

" Wala, at tsaka mag focus nga kayo sa damit ko at tsaka wala akong ka date at alam ko na may trabaho ako, kayo talaga" Madam Victoria

" Eh, san po kayo pupunta?

" Malalaman niyo din mamaya - Madam Victoria. Masayang pagkakasabi ni Madam Victoria

GWEN

Sukang- suka na nakita ko si Ashley sa kusina. Nilapitan ko agad siya at kinonpronta

"San kaba talaga pumunta kagabi? At umuwi kapa talagang lasing ha? - Gwen

" Kung sesermonan mo lang din naman ako aalis na ako - Ashley

" Huwag kang bastos!! Hinila ko ang buhok niya pagkatapos niya akong talikuran.

" Aray!!! Ano ba!! - Ashley

" Nag-aaral ka ba talaga? O gimik mo lang dahil may iba kang pinagkakaabalahan? - Gwen

" Ano ba sa palagay mo? - Ashley

" Bastos ka talaga" Gwen Sinampal ko ng malakas si Ashley.

" Ang sakit ha? letche ka!! Sinampal din niya ako ng malakas.

Narinig kami ni Nanay at agad niya kaming inawat.

" Utang na loob mga anak, umagang- umaga nagbabangayan kayo " Joyce

"Bwesit!!!! Malakas na sigaw ni Ashley at umalis. Bigla namang tumunog ang phone ko.

" Hello John - Gwen

" Gwen, Good morning ahh, pwede ka na bang mag simula ngayon? - John

" Oo naman sige - Gwen.

Humahagulgol sa iyak si Ashley na sinabayan ng galit.

"Bwisit!!! na buhay to mga putang-ina sila!!- Ashley.

MADAM VICTORIA

Handa na ba talaga akong kunin sila sa poder ni Joyce?

Maaalala kaya nila ako?

Tatanggapin ng buong- buo

Ito ang mga taong na kinatatakutan ko at ngayon sure na ako sa gagawin ko ang makasama muli ang mga anak ko. Ang makasama muli Sina Gwen At Ashley.

GWEN

Nasa kwarto ako ni Cleo at ito ang First tutor ko sa kanya. Grabe mag-isa lang si Cleo pero yung grabe niya parang nasa **sala** kana sa sobrang laki.

"Teacher Gwen ano pong una nating tatalakayin? - Cleo

" So, ang una nating tatalakayin o aalamin ay ang mga Instrumentong pang - **Musika**

na makikita sa lugar ng Cordillera at magsimula tayo sa mga **Metal Instrument** take note that the function of instrumental **Music** of the cordillera is similar to his/her vocal music so ang mga instrumentong ito ay pinapatugtog kapag may **seremonya, okasyon** at **selebrasyon.**

" **One** of the common instrumental music is the **Gangsa** ensemble. It consists of five to six flat gongs played in standing position or bending position.

A.   Gangsa **Toppaya - Gongs** played by striking with palm while rested on the lap

B.   **Gangsa** Palook - gongs are stuck or beaten with wooden mallets while held by the left hand played by men.

Bamboo Instruments : woodwind and percussion instruments

A.   Bungkaka or Bilbil - played by striking against the palm of one hand.

B.   Tongali- a nose flute played with the extreme forward edge of the right or left nostrils

C.   Tongatong - are bamboo tubes played by stomping each against the ground.

"Nay, maglalaro muna ako sa labas - Macy

" Sige, basta huwag sa malayo ha? Joyce

" Okay po sabay ngiti at tsaka umalis.

Ilang minuto may kumatok sa pinto. Mabilis namang binuksan ni Joyce

" Sandali lang.. - Joyce

Pagbukas niyay tumambad sa kanya ang mukha ni Victoria. Gulat na gulat si Joyce na para bang hindi nakapagsalita.

" Kumusta Joyce? - Madam Victoria

" Bakit ngayon ka lang nagpakita? - Joyce

" Isang tanong na buong- buo ang sagot - Madam Victoria

" Umalis kana - Joyce

"Aalis lang ako dito pag - kasama ko na ang mga anak ko - Madam Victoria

" Hindi mo sila makukuha - Joyce

" Hindi mo maitatago sa kanila ang katotohanan Joyce sa ayaw at sa gusto mo kukunin ko na sila - Madam Victoria

" Anong karapatan mong hingil ang isang bagay na matagal mo ng pinabayaan at iniwan - Joyce

" At anong karapatan mong angkinin ang isang bagay na pinahiram ko lang sayo? - Madam Victoria

" Pabayaan mo na kami" - Joyce

" Alam mo kaya ka iniwan ni Michael dahil pinipilit mo ang mga bagay na hindi naman para sayo" - Madam Victoria

" Mahal ako ni Michael at mabubuo namin ang pamilya namin - Joyce

" Kukunin ko muna ang mga anak ko ang dapat na sa akin na hindi dapat na maging sa iyo " - Madam Victoria

"Nakikiusap ako sayo Victoria Mahinang boses sabay luhod sa harap ni Victoria.

"Kahit ano pang pakiusap mo, kukunin ko na ang dapat na sa akin" Madam Victoria

"Please Victoria nagmamakaawa ako sayo.. - Joyce (Iyak na pagkakasabi ni Joyce sa harap ni Madam Victoria.

" Sampung taon akong naghirap, nagtiis sa putanginang!! imperynong buhay na yun, sugat, gutom pawis at kaba ang bumabalot sa akin gabi-gabi at ayoko ng maranasan yun Joyce!! ayoko ng maranasan yung sakit na yun na pwede kung matanggap sa mga anak ko!!

Malakas na boses ni Madam Victoria na may kasamang galit at iyak.

" Sige kung yan ang gusto, ibibigay ko sayo ang mga anak mo, pero ipangako mo sa akin na hindi mo sila ilalayo sa akin" Tumayo si Joyce at nagsalita na may mahinang boses.

"Hindi ko maipapangako ang gusto mo, dahil kung tutuusin kaya kung gawin kung ano man ang nararapat para sa mga anak ko" Madam Victoria

" Nay… Mahinang boses ni Gwen. Pagkatapos marinig ay agad na lumabas si Victoria at niyakap nang mahigpit si Gwen. Nagulat naman si Gwen sa ginawa ni Victoria.

" Anak ko.. - Madam Victoria

" Po? - Gwen

At nagsimulang tumulo ang luha ni Victoria.

" Hindi ko po kayo maintindihan" - Gwen

" Anak siya ang tunay mong ina- Joyce

Pagkatapos magsalita ni Joyce ay nanlaki ang mga mata ni Gwen sa pagka gulat. Umalis naman palabas ng bahay si Joyce na may kasamang mga luha ang kanyang mga mata.

Sa isang **Bus** na kung saan inihatid ni Meghanne si Ashley

" Alam mo sure kana ba talaga dito sa gagawin mo? - Meghanne

" Oo at wala ng makakapigil sa akin kung gagawin ko to, at isa pa nagkaroon naman ako ng rason na umalis sa bahay kaya wala na akong rason para bumalik pa" - Ashley

" Sige mag-ingat ka - Meghanne

(At pumasok na sa loob ng bus si Ashley.

GWEN

Naguguluhan ako, hindi ko alam kung anong gagawin at sasabihin ko. Basta isa lang ang sigurado hindi ko **tunay** na ina si Nanay **Joyce**

Nasa loob kami ng bahay ng isang babae, nakaupo sa mesa. Nagkatinginan - sa isa't - isa

" Ma'am pwede niyo bang ipaliwanag sa akin kasi **Putang-ina** hindi ko po maintindihan" Gwen

" Magkaibigan kami ng mama mo, bata palang kayo, sanggol palang ay iniwan ko na kayo kay Joyce dahil gusto kung magkaroon kayo ng magandang buhay, ayokong lumaki kayo sa hirap at gutom, kaya nagtrabaho ako sa ibang bansa. Doon naranasan ko lahat ng paghihirap, gutom, sakit at pagod " Madam Benantura

" Kaya ngayong may pera na kayo kukunin niyo na ako? - Gwen

" Hindi, kukunin ko na kayo, dahil buong- buo na ako, buong- buo na akong alagaan ko kayo" - Madam Benantura

Tumulo ang mga luha ni Gwen at gayundin si Madam Benantura

" Kayo? - Gwen

" Oo, kayo ng kapatid mo na si Ashley, mga anak ko kayo - Ashley

" Sige po makakaalis na po kayo, pasensya na po kayo ngunit hindi pa po ako handang sumama at kilanin kayo bilang tunay kung ina" Gwen

"Naiintindihan kita" Sabay hawak ng dalawang kamay. Pagkatapos ay lumabas agad ng bahay. Humahagulgol naman sa iyak si Gwen.

ASHLEY

" Konting tiis nalang **Pa** makakasama na din kita"

7:36 PM

GWEN

Nakita kung nakatulala si Nanay sa labas, kaya nilapitan ko siya.

" Nay, kakain na po tayo - Gwen

" Bakit hindi ka sumama sa Mama mo? - Joyce

Nakatalikod na pagkakasabi ni Joyce

" Siya po ang tunay kung ina, pero kayo po ang tunay na mundo ko, ang nagbigay sa akin ng pangalan, kalinga, aruga at sakripisyo" - Gwen

" Anak, kailangan mo din maramdaman ang pag-aalaga ng isang tunay na ina" - Joyce

" Naramdaman ko na po at iyon ay kayo **Nay -** Gwen

" Basta bukas na bukas bumalik kana sa kanya - Joyce

Patawarin mo ako anak, patawad - Joyce

Wala po akong nakikitang rason na hindi ko po kayo patatawarin " Pagkatapos kung masabi ay lumapit ako kay Nanay para yakapin siya. Nakita naman kami ni Macy At Dranoel.

" Ang saya naman nila - Dranoel

" Hugging time - Macy

At nagyakapan kaming apat. Pagkatapos ay nagtawanan sa loob ng bahay.

" Teyka, bakit hindi pa umuuwi si Ashley. - Joyce Pag-alala ni mama.

Naghintay ako ng ilang oras kay Ashley at hindi nga siya umuwi, kaya nagdesisyon akong puntahan siya sa bahay ni Meghanne.

" Tao - po - Gwen

"Sandali lang, sino ba yan ang agang- aga - Meghanne Pagkatapos mag salita ni Meghanne ay binuksan niya ang gate, laking gulat naman niya ng makita ako.

" Ahh, Gwen? Anong ginagawa mo dito? - Meghanne

"Isang tanong at kapag hindi mo nasagot sampal ang aabutin mo - Gwen

" Grabe, naman umagang- umaga sampal agad - Meghanne

"Nasaan ang kapatid ko - Gwen

" Pinuntahan niya yung lugar ng Papa niya" - Meghanne. Sinagot na lang ni Meghanne si Gwen dahil natatakot siyang masampal nito.

" At anong gagawin niya dun - Gwen

" Hindi ko alam, basta hahanapin niya yung Papa niya - Meghanne

" Sige, salamat makakabalik ka na sa pagtulog - Gwen. Nagulat ako sa sinabi ni Meghanne na all this time may plano palang lumayas si Ashley para hanapin si Papa.

Chapter End ....

HOPE

ASHLEY

Nakarating na ako sa lugar ng papa ko, sa lugar na kung saan lumaki ang papa ko. Nakatingin lang ako sa may bakanteng lote na puno ng mga bulaklak at doon nakita ko ang isang matandang babae. Nilapitan ko ito at kinausap.

" Excuse me po Nanay? Nandiyan po ba si Luisito Michael?

" Oo nasa loob siya kasama si Frances" - Tugon sa akin ng matandang babae.

" Sino pong Frances Nanay? - Ashley

" Asawa niya, sino pa ba? O, teyka tatawagin ko siya. Frances!!! May naghahanap sayo" Nang marinig ko ang salitang Asawa ay nagulat agad ako.

" Nay, sino po? -Michael

" Ito siya o, iha anong pangalan mo" Tugon ng matandang babae sa akin, hindi agad ako napalingon at nakapagsalita. Hanggang sa lumapit na sa akin si Papa.

" Hello? - Michael

At napalingon ako sa harap niya, nagulat naman siya ng makita ako.

" Ashley..- Michael

"Love, sino yan.. Boses ng Asawa ni Papa.

" Halika, pumasok ka sa loob - Michael

Sa loob ng kanilang bahay na kung saan nakaupo kaming nagkatinginan sa isa't isa. Kasama ang asawa ni Papa na si **Frances**.

" Keylan mo na ginagago si Mama? Panimula ko kay Papa.

" Hindi ba sinabi sayo ng mama mo? - Michael

" Ahh, hello itatanong ko lang sana kung kumusta na yung mga anak ko dun, mis na mis ko na kasi sila" - Frances

" Anong anak? - Ashley

" Sila **Macy** at **Dranoel** mga anak ko sila - anak namin ng Papa mo - Frances

Pagkatapos magsalita nang babae ay agad na nanlaki ang aking mga mata sa nalaman ko at narinig ko.

" Talagang, hindi pa sinabi sa inyu ng mama ninyo ang katotohanan - Michael

" Anong katotohanan? - Ashley

" Hindi kayo tunay na mga anak ng mama niyo si **Gwen**, ikaw, sina **Macy** at **Dranoel**" - Michael

" Ang ibig mong sabihin, wala talagang anak si mama? - Joyce

" Tama" - Michael

" Pero bakit?.. Ashley

" Hindi mo ba alam na may sakit si Joyce sa pag-iisip? kaklase ko siya dati, at gustong- gusto niya talagang magka- anak at mahal na mahal niya si Michael pero hindi niya ito makuha, kaya gumawa siya ng paraan para akitin o agawin sa akin si Michael, kaya gumawa siya ng paraan para magasa ito kaya dahil sa pagiging obsessed niya inagaw niya sa akin si Michael, pumayag naman ako dahil nakiusap ang mga magulang niya na pagbigyan mo na siya sa gusto niya para hindi siya ma-depressed at sa paglala ng sakit niya. Kaya pinaubaya ko mo na sa kanya ang dalawa kung anak, at yun ay si **Macy at Dranoel "** - Frances

Pagkatapos malaman ni Ashley lahat ng sikreto ng kanyang ina ay agad namang tumulo ang kanyang mga luha.

" Kaya ka umalis Pa? Kasi hindi mo talaga siya tunay na minahal? At napilitan ka lang dahil sa sakit niya? - Ashley

" Tama" - Michael

Mabilis namang umalis palabas ng bahay si Ashley.

7/11

GWEN

Sinabayan ako ni John sa nararamdaman ko, sinabi ko sa kanya lahat- lahat ng nangyari sa buhay ko. Ang estado ng aming pamilya at totoo kung magkatao.

" Salamat - Gwen

" Wala, yun kumusta ka naman - John

" Hindi ko na alam kung anong gagawin ko, parang ang bilis ng pangyayari, parang yung kahapon dati ay pinapabilis ng panahon na malaman ko ngayon ang tungkol sa pagkatao ko - Gwen

" Baka nga kailangan mo ng tanggapin na siya talaga ang tunay mong ina- John

" Tama ka - Gwen

" Kasi kahit anong gawin mo ang iyong kahapon ang siyang magbubukas sa iyo ngayon para malaman mo kung sino ka talaga - John

" At may rason kung bakit nangyayari ang lahat ng ito, at yun ay harapin at mahalin ang bukas na inihanda para sa akin - Gwen

Pagkatapos kung magsalita ay napatingin ako kay John na may ngiti at niyakap ko siya ng mahigpit.

Sa Mansyon ni Madam Victoria na kung saan naghahanda na ang lahat.

" Ahh, Ma'am matanong lang po may bisita po ba kayo? Tugon ng isang kasambahay.

" Wala masaya lang ako dahil nakita ko na ang anak ko " - Madam.Victoria

"Ganon po ba, nakakatuwa naman po "

"Kaya sige na kumain na kayo - Madam Victoria

MACY

Malungkot si nanay na nagluluto na para bang may malalim na iniisip. Kaya lumapit ako para kausapin siya.

" Nay okay lang po ba kayo? - Macy

" Okay na okay ako anak - Joyce

" Huwag po kayong malungkot nandito lang po kami para sa inyu nay.. - Macy

" Salamat anak.. - Joyce

At ilang minuto ay biglang may sumigaw na pamilyar ang boses.

"Sinungaling naming nag- aasta na tunay naming ina lumabas ka dyan - Ashley

(At mabilis na lumabas sa loob ng bahay.

"Anak anong pinagsasabi mo? - Joyce

"Sinungaling ka, Pinaniwala mo kaming lahat dito na anak mo, pero hindi, hindi mo kami mga anak, pati yung dalawang bata na walang ibang ginawa sayo kundi mahalin ka at kilanin ka bilang ina nila, inikot mo sa kasinungalingan mo!! - Ashley (Nagkaharap sina Ashley at Joyce lumabas naman sina Macy at Dranoel gayundin si Gwen na kararating lang.

" Anong bang sinasabi mo Ashley? - Gwen

"Sinabi na sakin ng itinuturing kung ama ang lahat ng sikreto ng ipinagmamalaki nating ina, hindi siya ang tunay niyung ina Macy at Dranoel" - Ashley

" Ha? Ano pong sinasabi niyo? - Dranoel

" Sabihin mo na sa kanila ang totoo - Ashley

"Ma, ano pa bang sikreto mo? - Gwen

" Mga anak patawarin ninyo ako - Joyce Humahagolhol sa iyak sj Joyce.

" Stop calling us na mga anak mo, wala kaming ina na sinungaling!!! - Ashley

" Patawarin niyo ako, hindi ko sinasadyang lokohin kayo" Iyak na pagkakasabi ni Joyce

Lumuhod si Joyce sa mga anak niya.

" Ngayon na alam na namin ang katotohanan sa pagkatao ko, sa pagkatao ni ate, at ang dalawang batang yan, panahon na para lisanin na namin ang magulong buhay na binigay mo sa amin " Ashley

" Ashley Tama na - Gwen

" Macy, Dranoel magimpaki na kayo isususli ko na kayo sa tunay na magulang ninyu. Ashley

" Anak, parang awa mo na huwag ninyong gawin ito sa akin mamatay ako pag nawala kayo" Ashley

" Tumigil kana!! Tigilan mo na ang kabaliwan mo Hindi kita ina, at wala akong nanay na sinungaling!! - Galit na pagkakasabi ni Ashley.

Pagkatapos ay umalis. Niyakap ko naman si Nanay.

Chapter End...

THE CONSEQUENCE

Tuluyan nang iniwan ni Ashley, Macy At Dranoel si Mama. Pero bago umalis ang dalawang bata ay nagyakapan mo na sila, niyakap nila si Mama.

Naiwan akong mag-isa gusto kung umalis pero parang may pumipigil sa akin na gawin ang gusto ko. Niyakap ko si Mama na sobra ang pag- iyak.

" Bakit nandito ka pa? - Joyce

" Nay, kailangan niyo ako, at dito lang po ako sa inyo " - Gwen

" Umalis kana!! iwan mo na ako!! alis!! - Joyce

Hinila ako palabas ng bahay ni Nanay.

Iyak lang ako ng iyak dahil hindi ako makapaniwala na magagawa akong pag sabihin ng ganon ni Nanay.

" Umalis kana, huwag ka nang babalik dito!!! - Joyce. Pagkatapos mag salita ni Nanay ay agad niyang isinara ang pinto.

" Mga anak ko!!! Halina kayo!! Kakain na tayo!! Mga anak!!! - Joyce. Boses na nagmumula sa loob ng bahay.

" Mga anak, maglaro tayo, mga anak!!! Nasaan kayo!!- Joyce. Iyak lang ako ng iyak habang pinapakinggan si Mama.

GWEN

Hindi ako makapaniwala na aabot sa ganito ang mga nangyayari, dati masaya pa kami, dati kumpleto pa kami, pero sobra pa sa sakit ang nararamdaman ko, ang minahal kung pamilya na puno ng pagmamahal ay aabot sa ganito.

Nanay, mahal na mahal po kita kahit sino o ano paman kayo, mahal na mahal po kita at kahit dumating man ang araw na hindi niyo na ako makikilala, yayakapin ko na lang kayo para kung sakaling magkaroon ng alaala ang isipan niyo na ako'y inalagaan at minahal niyo. Hindi ako susuko at dito lang po ako sa tabi niyo.

Kasabay ng masakit na nangyari ay bumuhos ang malakas na ulan. Kahit basang - basa na si Gwen ay hinintay pa rin niya na buksan siya ng kanyang ina. Hanggang sa dumating si Madam Victoria na may dalang payong. Agad namang sumama si Gwen.

Sa Bahay ni Madam Victoria na kung saan basang - basa si Gwen, nag- ayos naman siya pagkatapos at napaupo na hinandaan ng mainit na **Cocoa Coffee**

" Okay kana ba? -Madam Victoria

" Salamat po - Gwen

"Sabihin mo lang sa akin, kapag may kailangan ka - Madam Victoria

" Salamat po Ma - Gwen. Hindi ko alam pero bigla may nagtulak sa bibig ko para sabihin ang salitang "Ma" At siguro panahon na para kilalanin ko siya bilang tunay naming ina ni Ashley. Pagkatapos magsalita ni Gwen ay agad naman siyang niyakap ng mahigpit ni Madam Victoria

" Salamat anak, - Madam Victoria

Tumulo ang luha ni Gwen.

ASHLEY

Muling nakapiling ng dalawang bata ang kanilang tunay na magulang.

" Magpapakabait kayo **Macy** at **Dranoel -** Ashley

" Ate, paano po si Mama, sino na po ang mag-aalaga sa kanya - Macy

" Huwag niyo ng isipin yun ang importante kasama niyo na ang inyunh tunay na ina" Ashley.

JOHN

Nasa balkonahe si John kasama ang kapatid niyang si Cleo.

" Kuya, alam mo ba marami po akong natututunan kay Teacher Gwen po,hindi lamang sa musika kundi ang ating pagmamahal sa sarili nating bayan" Cleo

" Sige nga sa paanong paraan mo masasabi na mahal mo ang ating bayan? - John

"Sa pagtangkilik ng mga produkto na tayo mismo ang gumawa, at pagtulong sa mga local farmera na maibenta nila sa malaking halaga ang kanilang mga taniman na hindi minamanipula" Cleo

" Wow!! Good to hear na natutunan mo na ang mga bagay na yan" John

" At mas may matututunan pa ako" Cleo

Napangiti naman si John sa magandang balita ng kanyang kapatid.

Chapter End…

THE FINALE

GWEN

Ang buhay ay lubos na napakahalaga sa atin, at kapag kasama ang pamilya mas lalo nating minamahal ang ating sarili, mas lalo tayong natutu ng mga bagay na posible palang dadating sa atin. Isa lang ang pangarap ko ang magkaroon ng pag-asa at bumalik muli sa sigla ang aking pamilya.

Behavioral Health Intellectual Disability Services

Masakit mang isipin na makita mo ang isang tao na nag-alaga sa inyo sa isang lugar na kung saan hindi siya nararapat. Pero nakita ko sa mga mata ni Mama kung gaano siya kasaya na makita ako. Niyakap ko agad siya ng mahigpit, kasama kung dumalaw sa kanya si Madam Victoria na ngayon ay Mama ko na, kasunod din namin na dumating sina **Macy, Dranoel, at ang kanilang** ama na si Sir Michael, kasama din ang asawa nito na si **Frances. Kaharap ko** si Mama Joyce at hawak na hawak ko ang kanyang dalawang kamay.

" Ma, magpagaling ka dito ha? Hihintayin kita" - Gwen.
Tumulo ang luha ni Gwen

" Ma, pag galing mo mamasyal tayo ha? Kung saan mo gusto Ma - Gwen

" Mahal ko kayo mga anak ko, HAHAHAHA - Joyce
Niyakap naman nina Macy at Dranoel si Nanay Joyce.

Akala ko hindi makakarating si Ashley pero may inihanda pala siya isang tula para kay Nanay.

"Alam ko Nay, nagkaroon tayo ng hindi pagkakaunawaan, ikaw din ate pero gusto kung sabihin sa inyo na sa tuwing nasasaktan ko kayo, nasasaktan din ako, alam ko mali pero ang gusto ko lang naman ay magkaroon ako ng kumpletong pamilya at Nay, pinaparamdam mo sa akin yun at pasensya kung hindi ko nakita noon dahil ang nakikita ang galit na nagmumula dito, sa puso ko" Humahagulgol sa iyak si Ashley Pagkatapos masabi ay mabilis na niyakap ni Ashley si Nanay Joyce.

At itong hinanda ko ang para sayo **Nay**

" *Mahal naming ina, ikaw ay tuwina, ikaw ay nag iisa, ikaw lang at wala ng iba. Mahal kita higit pa sa aking sinisinta, mahal kita, pangako hindi magbabago ang puso ko sayo sinta*"

Gwen

Ang ating pamilya ang siyang una nating lakas, ang una nating kakampi laban sa mapanghamong mundo. Kaya kahit nabubuhay pa at kumpleto pa sila wag nating sayangin ang panahon na kasama sila.

Wala mang perpektong magulang, pero sana maging magandang halimbawa tayo sa kanila bilang mga anak, dahil hangga't nakakahinga pa sila ay hindi sila napapagod na pagsilbihan tayo bilang unang minahal nila.

Naging Maayos din ang lahat, ng nangyari sa Pamilya namin. At maging sa Pamilya ni John ay nagkaroon na rin ng linaw at saysay ng kapangyarihan at iniwang kayamanan ng kanyang papa. Hindi kami nagkatuluyan ni John dahil alam kung may naghihintay na sa kanya para mahalin siya, pero kahit ganun nagpapasalamat pa rin ako sa kanya na sa maikling panahon nakikala ko siya at mas makikilala ko pa siya. Si Cleo naman ay nagpatuloy sa kanyang pag-aaral kasama ako bilang kanyang tutor!! Syempre, kahit na anak ako ng mayaman, hindi ko pa rin iiwan ang aking trabaho at nasimulan .At si Ashley naman ay nagpatuloy sa pag-aaral niya sa kursong abogasya. At ako Masayang-Masaya ako kung ano man ako ngayon, hindi dahil nakilala ko ang tunay kung ina, kung hindi nagkaroon ako ng dalawang ina na wala na akong mahihiling pa.

Author Reminder :

" Hindi man kumpleto ang pamilya mo, huwag mong isipin na mag-isa ka, huwag mong isipin na pasan mo lahat ng problema at huwag mong isipin na wala ka ng pag-asa" Dahil ngayon malungkot ka? Bukas mawawala na. Lagi mong tatandaan na hindi lang ikaw ang may problema sa Mundo, at hindi lang ikaw ang may mabigat na problema. Kaya kung ako sayo kumilos ka gawin mo ang mga bagay ba feeling mo happy ka, subukan mo ito dahil wala namang limit diba? ang saya ay walang limitasyon kaya kung gusto mong ilabas ang lungkot, galit at tuwa ilabas mo. May makikinig sayo, may makakaunawa sayo, may nagmamahal sayo. Hindi mo man siya nakikita pero siya kitang- kita ka niya. Kitang - kita niya na nasasaktan kana.

Huminga…

Maniwala…

Manalig…

At magpahinga…

WAKAS

Maraming - Maraming salamat sa iyo sana ay may natutunan ka sa bawat tagpo ng istorya, hangad koy mabuksan ang iyong isipan at magbalik tanaw sa iyong nakaraan

Mga Karakter sa Istorya

Gwen

Ashley

Nanay Joyce

Michael

Frances

Meghanne

Senyora Benantura

Madam Victoria

Dranoel

Macy

Meghanne

About the Author

Ryan Kim Regoya

Ako si Ryan Kim Regoya, isang college student na walang ibang ginawa sa buhay kundi ang magbasa at magsulat pa ng mga kwento na layong ipamulat sa susunod na henerasyon ang kahalagahan ng pagsasama, pagtutulungan ng isang pamilya, Hangad dun niya na makatulong at mabuksan ang isipan ng mga kabataan sa pamamagitan ng kanyang mga kwento. Kung ang Kahapon ay bukas ay isa sa mga kwento niya ba magbibigay daan o susi para maintindihan pa natin ang mga sakit at pinagdaanan ng ating mga magulang para mabigyan ang buong pamilya ng magandang kinabukasan, na sa bawat linyang mababasa ay may isang aral na matutunan, at maipasok sa ating isipan. Kaya malaking bahagi ng kanyang libro ang mga aral na mapupulot at maibabahagi ninuman.

www.ingramcontent.com/pod-product-compliance
Lightning Source LLC
LaVergne TN
LVHW041548070526
838199LV00046B/1865

All global publishing rights are held by

Ukiyoto Publishing

Published in 2024

Content Copyright © Remya Ramakrishnan

ISBN 9789361720055

All rights reserved.
No part of this publication may be reproduced,
transmitted, or stored in a retrieval system, in any form
by any means, electronic, mechanical, photocopying,
recording or otherwise, without the prior permission of
the publisher.

The moral rights of the authors have been asserted.

This is a work of fiction. Names, characters, businesses,
places, events, locales, and incidents are either the
products of the author's imagination or used in a fictitious
manner. Any resemblance to actual persons, living or
dead, or actual events is purely coincidental.

This book is sold subject to the condition that it shall not by
way of trade or otherwise, be lent, resold, hired out or
otherwise circulated, without the publisher's prior
consent, in any form of binding or cover other than that in
which it is published.

www.ukiyoto.com

Purple Lucid Dreams

Remya Ramakrishnan

Ukiyoto Publishing